ముఖచిత్రం శ్రీ కనక సూరిబాబు

ప్రచురణ : పేరిణీ ఇంటర్ నేషనల్
అశోక్ నగర్, హైదరాబాదు - 20

ప్రతులకు విశాలాంధ్ర పబ్లిషింగ్ హౌస్
బ్యాంక్ స్ట్రీట్, హైదరాబాదు - 1

ముద్రణ : గ్లోరియస్ ప్రింటర్స్
అమీర్ పేట, హైదరాబాదు - 16

[illegible] ఆ గ్రామ దేవాలయాలు [illegible] గ్రామంలో తగాదాలు ఆ యూరి పెద్దల సమక్షంలో పరిష్కరించుకొంటూ ఉండేవారు. గృహ కలహాలు వస్తే అక్కడ పంచాయితీ జరుగుతూ ఉండేది. పూర్వం ఆ రచ్చబండే ఒక న్యాయస్థానం.

ఇంకా ఆ గ్రామ ప్రజలు తమ ఆధ్యాత్మిక తృష్ణను తీర్చుకొనేందుకు ఆ యాలయం [illegible] రామాయణ భారత [illegible] ఆ గుడి పూజారి ప్రతి నిత్యం ఉపన్యాసాలు చేసి, భావం విని, ఆ గ్రామ ప్రజలకు [illegible] ఇస్తూ ఉండేవారు. అక్కడే పురాణ కాలక్షేపాలు జరుగుతూ ఉండేవి. భజన హరిభజనలవారు భజనలు చేస్తూంటారు. గొప్ప, చిన్న అన్న తారతమ్యాలు, కుల వ్యత్యాసాలు లేకుండా అంతా ఒకే సమూహంగా ఆ కార్యక్రమంలో ఆ గ్రామస్థులందరూ పూర్తిగా పాల్గొనేవారు.

సాంఘిక సమస్యల పరిష్కారానికి రచ్చబండ ఏకయితే ఆధ్యాత్మిక విషయ చింతనకు రామాలయం [illegible] ఈ రెండు వేదికలూ ప్రజా శ్రేయస్సు కొరకు ప్రజలు ఏర్పరచుకొన్నారు.

పూర్వం ఈ దేవాలయాలు మన సంస్కృతికి నిలయాలు, ప్రతి గ్రామంలోను శైవులు, వైష్ణవులు ఉండేవారు. వారికోసం ప్రత్యేకంగా ఒక శివుని ఆలయం, ఒక వైష్ణవాలయం తప్పక ఆ గ్రామంలో ఉండేవి. ఆ దేవాలయాలలో నిత్యపూజలు జరుగుతూ ఉండేవి. ఆ పూజలు చేయడానికి పూజారు లుంటారు. ఈ పూజలు కొన్ని నియమిత సమయాల్లో ఒక పద్ధతిని అనుసరించి జరుగుతూ ఉంటాయి. రాజులు, మహారాజులు, ఇతర ధనవంతుల భవనాలలో ఈ దేవుళ్లకు షోడశోపచారాలు జరిపే వారు. రాజుల్ని, మహారాజుల్ని నిద్ర లేపినట్లే మధురమైన సంగీతంతో ఈ దేవుళ్లను

3

వారికి ప్రజల అలవాటు పడిపోయారు. ఇప్పటికీ, ప్రజలను గూడ ఈ పూజారులు ప్రతినిధులుగా వ్యవహరించి మధ్య సహాయకులుగా మారిపోయారు.

ఏదేమైనా ఈ ఆలయాలు మన ప్రాచీన సంస్కృతికి నిలయాలుగా రూపొందాయి. సమస్త కళలకు ఇక్కడ ఆశ్రయం లభించింది. మన పూర్వ ప్రభువులు కోట్లాది రూపాయల ధనాన్ని ఖర్చించి ఈ ఆలయాలను నిర్మించారు. శిల్ప, సంగీత, నృత్యాది కళలను ఈ ప్రభువులు పోషిస్తూ వచ్చారు. ఈ కళలు ఇక్కడ పెంపొందుతూ వచ్చాయి, కాని ఇవి సామాన్య ప్రజలకు అందుబాటులో ఉండేవి కావు. దైవ పూజా విధానాలలోని ఆధ్యాత్మిక పరమైన అంతరార్థం ఈ ప్రజానీకానికి తెలిసేది కాదు. అందువల్ల వారికి ఆత్మవికాసం కలుగలేదు. ఆధ్యాత్మిక విలువలను వారు తెలుసుకొనలేక పోయారు. యాంత్రికంగా దైవభక్తితో వారి మొక్కుబడులను తీర్చుకొనేవాడు.

పౌరాణికుడు :

అందువల్ల వీరికి అధ్యాత్మిక ప్రబోధం చేయడానికి పౌరాణికుడు వెలిశాడు. హరికథలు ఆవిర్భవించాయి. యక్షగానాలు రూపొందాయి. వీధినాటకాలు వెలుగొందాయి. ప్రజా నర్తనాలు ప్రచారంలోకి వచ్చాయి. ఈ విధంగా భాగవతకళలు వృద్ధిపొందుతూ వచ్చాయి.

ఎన్ని రాజకీయ, సాంఘికాది మార్పులు వచ్చినా, ఎన్ని ఆర్థిక సంక్షోభాలు వచ్చినా, దేశం ఎన్ని ముక్కచెక్కలైనా ఓడి నిల్చిందని మన మతం ఆధ్యాత్మికంగా అధిగమించి ప్రజల్ని ఒకటిగా ఉంచింది. కళల ద్వారా మన పౌరాణికులు మత ప్రబోధం, సాంస్కృతిక ప్రచారం చేయడం వల్లనే ఈ సత్ఫలితం కలిగింది. ఈ పౌరాణికులే లేకపోతే కాశ్మీరు నుండి కన్యాకుమారి వరకు, మణిపురం నుండి సౌరాష్ట్రం వరకు మన మందరం ఒక్కటే నన్న భావం భారత ప్రజలలో కలిగేది కాదు. ఇది లోక సత్యం.

మన మత ప్రవక్తలు, పీఠాధిపతులు, స్వాములు, సన్యాసులు, అయ్యవార్లు, ఆచార్యులు మొదలైవారు మన శ్రీరాముని గురించి, సీత గురించి, శ్రీకృష్ణుని గురించి ద్రౌపది గురించి, హరిశ్చంద్రుని గురించి, చంద్రమతిని గురించి, రావణాసురుని గురించి, మండోదరి గురించి, పార్వతి గురించి, పరమేశ్వరుని గురించి పల్లె పల్లెకు వెళ్ల ప్రజలలో ప్రచారం చేయలేదు. మన పౌరణికులు, మన హరిదాసులు, మన వీధి భాగవతులు, మన యక్షగాన కళాకారులు మొదలైన వారే ఈ యాధ్యాత్మిక ప్రబోధాన్ని సామాన్య ప్రజలకు చేశారు మన సంస్కృతి వేలాది సంవత్సరాలు మన ప్రజల హృదయాలలో స్థిరంగా నిలిచి యుండేటట్టు చేసినవారు ఈ కళా తపస్వులే. వీరు లేకుండా ఉంటే ఈజిప్టు, బాబిలోనా, గ్రీసు, రోమన్ దేశాల సంస్కృతిలాగే మన సంస్కృతి గూడా నామరూపాలు లేకుండా కాలగర్భంలో కలిసి పోయేది.

జక్కుల పురంధ్రి :

ఇంటికి అందాన్ని, ఆనందాన్ని చేకూర్చేది స్త్రీ అంతేకాదు సర్వ కళాశోభిత స్త్రీ. పాడుతూ, ఆడుతూ పౌరాణిక కథలను చెప్పే విద్యను అభ్యసిస్తే బాగుంటుందని కొందరు పెద్దలు తలచి కొంత మంది స్త్రీలకు ఈ విద్యను నేర్పారు. చక్కగా తల దువ్వుకొని, కొప్పు పెట్టుకొని, సుగంధ కుసుమాలు కొప్పులో తురుముకొని, నుదుట తిలకం దిద్దుకొని, వాసిబోసి చీరకట్టి, దానిని నడుముకు దట్టీగా బిగించి, కాళ్లకు గజ్జెలు కట్టుకొని, ఏకతార చేత ధరించి, దాని శ్రుతిలో మధురంగా పాడుతూ, కాళ్ల గజ్జెలను లయానుగుణంగా మెత్తగా పలికిస్తూ, పురాణ కథను గానం చేస్తూ, మధ్య మధ్య వ్యాఖ్యానిస్తూ, కథలోని పాత్రలు తానేఅయి, ప్రేక్షకులను రంజింపచేస్తూ వేదిక పైని ప్రత్యక్ష మయింది ఆ స్త్రీ - ఆమే యక్షిణి, ఆమె జక్కుల పురంధ్రి పౌరాణికుని పురాణ కాలక్షేపం కంటే ఈ యక్షిణీ గానం ఎంత శోభతో ఎక్కువ అలరారింది. ఈ కథా గానాన్ని యక్షగానం అన్నారు. ఇది ఏకపాత్ర ప్రదర్శనగా ఉండేది.

ఇరువురు వాద సంవాద పద్ధతిలో ఈ యక్షగానాన్ని ప్రదర్శిస్తే ఇంకా ఆకర్షణీయంగా ఉంటుందని తలచి యక్షిణికి యక్షుడు తోడయ్యాడు. వీరివురు ప్రతి పౌరాణిక కథలోని వివిధ పాత్రలు తామే అయి నాటకీయతతో పురాణ కథలను ప్రదర్శించడం మొదలు పెట్టారు. వీరు ఒక గ్రామానికి, ఒక ప్రాంతానికి పరిమితం కాకుండా దేశం నాల్గు చెరగులా పర్యటిస్తూ పల్లె ప్రజలకు వారి ఊళ్లలో వారి ఇండ్ల ముందే ఈ యక్షగానాలను ప్రదర్శించి, మన సంస్కృతిని పంచి ఇచ్చారు

యక్షిణీ యక్షులు ఇంకో పాత్రను చేర్చుకొన్నారు. అదే హాస్య పాత్ర పేరు ముగ్గురు. అతను అనుసరించి పాత్రోచితమైన వేషధారణను చేసికొనకుండా చక్కగా, ఆకర్షణీయంగా మనోహరమైన కేళికలు చేసేవారు.

ఈ యక్షగానాల తర్వాత పాత్రోచితమైన వేషధారణతో గూడిన యక్షగానాలు వీధి నాటకాలు, భాగవతాలు ప్రచారంలోకి వచ్చాయి. వీటిలో ఆ ప్రాచీన గాన ప్రక్రియ చిహ్నంగా యక్షిణీ యక్షులకు బదులు సింగి, సింగడు వచ్చారు. తోలు బొమ్మలాటలలో కేతిగాడు, జుట్టుపోలిగాడు, బంగారక్క, గంధోళిగాడు మొదలైన పాత్రలుగా వీరు ప్రత్యక్షమయ్యారు.

యక్షిణి ఒక గంధర్వ కాంత. కొండ దేవతను ఆరాధించి, వారి వరంగా భూత భవిష్యత్తులను చెప్పే శక్తిని సంపాదించి, ప్రజలకు సోది చెప్పేది. భవిష్యత్తును ఎరుక చేస్తుంది కనుక ఈ యక్షిణి ఎరుకత, ఎరుకలసాని అయింది. ఈ ఎరుకలసాని పాత్ర లేని యక్షగానం గాని, వీధి నాటకం గాని లేదు. కంసుడు తన చెల్లెలు దేవకిని చెరసాలలో ఉంచినప్పుడు ఆ చెరసాలలోకే వెళ్ళి ఈ ఎరుకత ఆమెకు సోది చెప్పింది, పార్వతీదేవికి కూడా సోది చెప్పింది. ఈ ఎరుక చెప్పే రాగ, పద, ప్రశ్నలకు సమాధానాలు, ఆ ప్రశ్న ఫలితాలు వినడానికి ఎంతో రమణీయంగా ఉంటాయి. ఈ ఎరుకత వహించే పాత్ర ఎంత ఘనమైనదంటే ఆఖరికి ఈ కలియుగ దేవుడు, వడ్డికాసులవాడు, ఆంధ్రుల యింటి అల్లుడు, తెలుగు ప్రజల ఇలవేల్పు, ఆ ఏడుకొండల వెంకన్నే ఎరుకలసాని వేషం వేసుకొని, ఎడమ చేతిలో బుట్ట పట్టుకొని, కుడిచేతిలో ఏకతార ధరించి, "ఎరుకలసాని వచ్చేను, ఎరుకో" అంటూ పద్మావతి అంతఃపురం ప్రవే

7

ప్రసవ వేదనను అనుభవిస్తున్న దేవకీదేవి చెలికత్తెలు "మంత్రసాని! రాగదమ్మా" అని పిలిస్తే, "నాకు అమావాస్యనాడు అట్టు పెట్టావా? పున్నంనాడు బూరె పెట్టావా? అవసరానికి నే కావలసి వచ్చానా? కాస్సేపు ఆగండి అలంకరించుకొని వస్తాను," అంటూ మంత్రసాని చెప్పుతుంది. అవసరం తీరాక ఎవరికి ఎవరు? అందువల్లనే సమయం వచ్చినప్పుడు ఈ మంత్రసాని బెట్టు చూపించింది.

చిటపట చినుకుల్లాగ, అప్పుడప్పుడు కురిసిన జల్లుల్లాగ అంత వరకు కొన సాగిన కొద్దిపాటి హాస్యం ఈ మంత్రసాని పాత్ర ప్రవేశంతో కుండపోతగా ప్రదర్శనలో వర్షిస్తుంది అసలు ఆ పాత్ర ప్రవేశమే ఒక ఆకర్షణ.

తెల్లని చీర కట్టుకొని, ముఖం కనబడకుండా మేలి ముసుగు వేసికొని, చడీ చప్పుడు లేకుండా, ఎవరికీ తెలియకుండా ఎప్పుడో వచ్చి కూర్చుంటుంది ఆమె ప్రేక్షకుల మధ్య. ప్రేక్షకులు ఆటను చూడ్డంలో నిమగ్నులై యుండడంవల్ల ఈమెను ఎవరు ప్రత్యేకంగా గమనించరు. ఈమె చల్లగా మెల్లగా, ఆట చూడ్డానికి వచ్చినట్టుగా వచ్చి, ఒక స్థూలకాయుని ఎన్నుకొని అతని ప్రక్కను కూర్చుని తన చీర అంచును ఆ స్థూలకాయుని పంచకో, కండువాకో ముడివేస్తుంది ఇంతలో కథలోని రాణీగారికి ప్రసవ నొప్పులు ఎక్కువై "చెలీ! ఇంక నేను ఆడలేను, పాడలేను, హరి నామ స్మరణ చేయలేను, అసలు నేనింక మాట్లాడలేను, అమ్మో! ఈ నొప్పులు భరించ లేను, వెళ్ళి మంత్రసానిని పిలుచుకొని రావమ్మా!" అంటూ తన చెలికత్తెపైని వాలిపోతుంది

ముఖాలు మతాబాలలా వెలిగిపోవడ మేమిటి? అన్నీ ఒక్కసారే జరుగుతాయి. ఇలా కొంతసేపు ఆ ప్రేక్షక జనం విరగబడి నవ్వుతారు. అంతా హాస్య వాతావరణంగా మారి పోతుంది

తెలంగాణా ప్రాంతంలోని కొన్ని యక్షగానాలలో రంభా, ఊర్వశులు ప్రవేశించి ప్రారంభంలో కొంత సేపు నాట్యమాడుతూ ఉంటారు.

భారతీయ నృత్యకళ మూడు విధాలైన దని ఇదివరకు నా రచనలలో వివరించాను.

ఆలయాలలో దేవతల కొరకు వేసే పూజానర్తనాలను ఆగమ నర్తనమంటారు ఇది మొదటి విధం.

అద్దాల మహల్లో ప్రభువులవారు తమ పరివారంతో కొలువై యుండగా ఆయన సమక్షంలో కవి, గాయక, పండిత శ్రేష్టుల సమక్షంలో ఆస్థాన నర్తకులు ప్రదర్శించే దేశిక రెండవ విధం.

సామాన్య ప్రజల్లో మన సంస్కృతిని ప్రచారం చేయడానికి నాట్యబృందాల వారు ప్రదర్శించె నృత్యనాటకాలు మూడవ విధం

యక్షగానాలు, వీధి నాటకాలు, వీధి భాగవతాలు, మొదలైనవి ఈ మూడవ విధానంలోకి వస్తాయి వీటిని ప్రదర్శించే వారిని ప్రజానాట్యబృందాలు అంటారు. వీరి శైలి వేరు, జానపద కళారూపాలు వేరు ఇవి వృత్తి నాట్యబృందాలు. వీరు ప్రజలకు వినోదం కలిగించడానికి ప్రదర్శన లిచ్చి, జీవిస్తూ ఉంటారు.

9

ప్రచారంచేస్తూ వచ్చారు.

కులాలు, తెగలు, వర్గాలు ఏర్పడక పూర్వం భారతజాతి అంతా ఒకే జాతిగా ఉన్న కాలంలో అందరికి అన్ని నాట్యవృందాలు అందుబాటులో ఉండేవి. కాలక్రమేణా వృత్తిరీత్యా కులాలు, జాతులు ఏర్పడిన తర్వాత ఒక కులం పెద్దా, ఒక కులం చిన్నా, ఒక కులం అంటరానిది, ఒక కులం ముట్టరానిది అన్న తప్పుడు అభిప్రాయాలతో పరస్పర వైషమ్యాలు పెరుగుతూ వచ్చాయి. సంఘంలో అనేక వర్గాలు ఏర్పడ్డాయి. "నన్ను ముట్టుకోకు నా మాలకాకి" అన్న తత్వంవల్ల వర్గపోరాటాలు పెరిగాయి. దీంతో వివిధ వర్గాలవారు దేవతలను కూడా వేరుచేసి వారి వారి కులదేవతలను ఏర్పరచుకొన్నారు. వారివారి కులాలగురించి ఎవరి కీవారు గొప్పలు చెప్పుకొంటూ ప్రత్యేక గానాలు చేసేవారు ప్రతికులంలోను ఏర్పడ్డారు, వినోదాన్ని చేకూర్చేవారు ఏర్పడ్డారు.

విప్రులకు వినోదాన్ని కలిగించేవారు విప్రవినోదులైనారు. ఇలాగె సయ్యాం వారు, రొంటవారు, కాటి పాపలు, సాధనాశూరులు మొదలైనవారు వారివారి ప్రత్యేక తెగల వినోదార్థం ఏర్పడ్డారు. యక్షగాన, భాగవతాలను ప్రదర్శించేవారు అందరికీ చెందినవారే అయినా కొందరు కొన్ని తెగలకు పరిమితమై పోయారు.

అంటరానివారుగా చిన్నచూపుకు గురై, సంఘంలో అట్టడుగున పేదరికంతో మగ్గుతూ, దుర్భరజీవితాన్ని గ్రామానికి దూరంగా గుడిసెల్లో గడుపుతూ, మన ప్రాచీన సంస్కృతిని వేలాది సంవత్సరాలుగా కాపాడుకొంటూ రావడానికి తమ జీవితాలను సమర్పించేసుకొని, కళలకు అంకితం చేసుకొన్న వారందరిలో చిందువారి యక్ష

[illegible]
ప్రేమించడం మరిచిపోవడంతో దేశంలో స్వార్థం పెరిగిపోయింది.

మనల్ని సృష్టించే బ్రహ్మదేవుడిది ఏ కులం? కమ్మరా, కుమ్మరా? ఈ సృష్టికి రూపురేఖలిచ్చి, అలంకారాలు తీర్చిదిద్దిన విష్ణుమూర్తిది ఏ కులం? కంసాలా? ఈ సృష్టిని అంతమొందించే శివునిది ఏ కులం? మాలా? మాదిగా? మరి వారి దేవేరులు ఏయే కులాలలో పుట్టారు?

సుమారు రెండువేల సంవత్సరాల సాంస్కృతిక చరిత్రగల మన ఆంధ్రులకు ఈ కులవ్యవస్థ మాయని మచ్చగా ఏర్పడింది.

ఈ కళాకారులు ఎంత సమర్థులైతే నేమి? ఎంత చక్కగా పాత్రపోషణచేస్తే నేమి? చివరకు వారు అంటరాని వారే. కాని వారు మహత్తరం భాగవత, రామాయణాది పురాణాలలోని వివిధ ఉదాత్తమైన పాత్రలు ధరించి, ఆ పురాణాలకు, తద్వారా వారికి, ధన్యతను చేకూరుస్తున్నారు, చేకూర్చుకొంటున్నారు. వీరి యక్షగానాలను తిలకిస్తున్నప్పుడు ఒక్కొక్కసారి విషాదపూరితమైన అంధకారం నా హృదయంలో ఆవహిస్తూ ఉంటుంది.

ఒకవేళ వారు వారి దుర్భరదారిద్ర్యాన్ని భరించలేక సుఖమయజీవితం కోసం ఏ క్రైస్తవ మతాన్నో, మహమ్మదీయ మతాన్నో స్వీకరించియుంటే, రామకథలకు బదులుగా ఏ రహీం కథలనో, కృష్ణునికథలకు మారుగా ఏ క్రీస్తుకథలనో ప్రదర్శించి

జక్కులవారని అంటున్నారు. జక్కుల అన్న ఇంటిపేరు [illegible] కాని వీరు పూర్తిగా ఈ విద్యను విడిచిపెట్టి, వేరె వృత్తులు చేపట్టేరు. అయితే అన్య తెగలవారు ఈ విద్యను చేపట్టేరు. అయినా ఈ విద్యను రూపొందించిన వారిని చిర స్మరణీయులను చేస్తూ ఈ బాణీ విద్యను యక్షగానమని మనం అంటున్నాం.

కర్నాటక రాష్ట్రంలో యక్షగానం ప్రసిద్ధిగాంచింది. కాని వారి యక్షగానం వేరు, మన యక్షగానం వేరు, కన్నడ దేశ యక్షగానం చాలా ప్రాచీనమైనదని, వారి యక్షగానం నుండే ఆంధ్రుల యక్షగానం రూపొందించని కొందరు కర్నాటక పండితులు అంటున్నారు. ఇది తర్కంతో గూడిన విషయం. ఆంధ్రదేశంలో ఉన్నట్టుగా యక్షులనే ప్రత్యేక తెగవారుగాని, జక్కులనే వారుగాని కన్నడ దేశంలో లేరు. వారి యక్షగాన బాణీకి, మన బాణీకి ఆటపాటల్లోను, ఆహార్యంలోను చాలా తేడా ఉంది. పాత్ర పాడుతూ ఆడే బాణీ మనది. సూత్రధారుడుగాని, భాగవతారుడుగాని పాడుతూంటే పాత్రలు మూగ నాట్యం చేసే బాణీ వారిది. ఈ తేడా చాలా చిన్న విషయంగా సామాన్యులకు అనిపించవచ్చును గాని ఇది ప్రముఖమైన తేడాగా కళా పరిశోధకులు, విమర్శకులు, కళారాధకులు పరిగణిస్తారు. పాడుతూ పాత్ర ఆడితే చాలా సహజంగా ఉంటుంది. కన్నడ యక్షగానంలో పాత్రలు ప్రసంగిస్తూ ఉంటాయి. ప్రతి పాత్రగురించి వ్యాఖ్యానం ఉంటుంది. ఈ కన్నడ కళాకారులు గొప్ప విద్వాంసులే కాని సంగీతజ్ఞులు కారు. సంగీతంలో వారికి విద్వత్తు అవసరం లేదు.

శైలి, భాష శైలి, ఆహార్యం తీరు ఉంటూ ఉంటాయి ఏ తెగకు చెందిన వారైనా వారి వారి శైలులలో ప్రజాభిమానాన్ని చూరగొని, కీర్తిని గడించిన ప్రముఖ శ్రేష్ఠులున్నారు. ప్రస్తుతం ఈ కళను ఆరాధించే కళాకారులలు వేలమంది ఉన్నారు. వారిలో కీర్తినార్జించినవారు కొంద రున్నారు

తెలంగాణా ప్రాంతంలో ఈ కళను అరాధించేవారిలో ముఖ్యులు చిందు భాగవతులు వీరి కుటుంబాలలోని స్త్రీలు, పురుషులు, వృద్ధులు, బాలబాలికలు గూడా ఈ కేళికల్లో పాల్గొంటూ ఉంటారు. వీరి గాన పద్ధతి కడు ప్రాచీనమైనది. వీరి తాళ పద్ధతి, వేషధారణ, ఆహార్యం కడు విచిత్రంగా, రమ్యంగా ఉంటాయి వీరు సుమారు అరవై భారత, భాగవత, రామాయణాది కథలను ప్రదర్శించగలరు

వీరు తెలంగాణాలోని నిజామాబాద్, కరీంనగర్, మెదక్, ఆదిలాబాద్ జిల్లాలలో ఉన్నారు కరీంనగర్ జిల్లాలోని గట్టెపల్లి అనే గ్రామం వైష్ణవ భాగవతులకు ప్రధాన కేంద్రం ఇక్కడి భాగవతులు రామాయణ కథలను ప్రదర్శించడంలో ప్రసిద్ధులు

భరతులు, బహురూపులు, సైంధవులు, బోడి దాసరులు కూడా తెలంగాణా ప్రాంతానికి చెందిన యక్షగాన ప్రదర్శకులు తెలంగాణాలోని పల్లె ప్రాంతాలలో నేటికీ ఈ కళారీతి చాలా ఆదరణ పొందుతున్నది ఈ కళాకారుల కోసం ఈ శతాబ్దంలో శతాధిక యక్షగానాలను రచించిన జానపద మహాకవి చెర్విరాల భాగయ్యగారు. మరుగు పడియుండిన అనేక ఛందోరీతులను ఈయన వెలికి తీసి, ప్రచారం చేశారు

13

వరకు వీరు ప్రదర్శించేవారు. దీనిలోని దేవకీదేవి పాత్ర కడు కరుణ రసభరితంగా ఉండి, ప్రేక్షకుల కళ్లంట నీరు పెట్టించేది. ఆ తర్వాత కృష్ణ జననం ఆనందాన్ని, ఆతని బాల్య క్రీడలు ఉత్సాహాన్ని కలుగ జేసేవి. గొల్లభామలు చల్లచేసే ఘట్టాలు, గోపికా వస్త్రాపహరణం మరుపరాని మధురమైన ఘట్టాలు. ఆరుగురు గొల్లభామలు, యశోద, కృష్ణుడు ఒక్కసారి రంగస్థలంపైని ఉన్న దృశ్యం అత్యంత అద్భుతం. వారి ఆభరణాలు అలంకరణ కడు రమణీయం. ఈ గోపికల కందరకు ఒకే విధమైన రంగును వారి ముఖాలకు వేయకుండా ఒక్కొక్కరికి ఒక్కొక్క ఛాయ వచ్చేటట్టు వేసేవారు. ఇరువురు యువకులు పట్టిన తెరను తొలగించగానే, వంకుల కర్రను పట్టుకొన్న సూత్రధారుడు కాగడాలపైని గుగ్గిలం జల్లగా గుప్పున వెలిగిన ఆ మంటల కాంతిలో వారందరు మెల్లగా కదులుతూ, పాడుతూ, ఆడుతూ అభినయిస్తూంచే, వారి ఆభరణాలు, కిరీటాలు, వస్త్రాలు ధగధగ మెరిసి పోతూ పాతకాలపు రాజపుత్ర చిత్రాలకు జీవం వచ్చి, ఆ రంగ స్థలంపైన ఆడుతున్నట్టు భ్రమ కలిగేది. ఆ గ్యాస్‌లైట్ల వెలుగులో వారంతా తళతళ మెరిసి పోయేవారు. ఒకటి తర్వాత ఒకటి పోతన భాగవత కథా ఘట్టాలు ప్రేక్షకుల కళ్లకు కట్టేవి. ఇలాంటి వేషధారణ, అలంకరణ పద్ధతులను నేను నా బాల్యంలో బలిద్వీపంలో చూశాను.

సుందరకాండను ప్రదర్శించడంలో గిట్టిపల్లి భాగవతులు ప్రసిద్ధులు. వీరి పాట అతి ప్రాచీనమైన తీరులో ఉంటుంది. వీరి ఆట చిందువారి ఆట కన్నా కొంత విశేషంగా అడుగుల తీరులో ఉంటుంది. వీరిద్దరి వేషధారణ ఇంచుమించు ఒకే విధంగా ఉంటుంది. గిట్టిపల్లి బృందాలలో స్త్రీలు పాల్గొనరు. ఒకసారి వీరి హరిశ్చంద్ర

14

లను ల ...యింది కుమారుని దహన సంస్కారం చేయడానికి చితిల ఒక్క కాసు కూడా లేక, దిక్కుతోచక, నిశిరాత్రిపూట వల్లకాదులో ఆ చంద్రమతి విలపించింది ఆమె మాటల్లో వినిపించలేదు శ్రుతిపక్వమైన పాటలో విలపిస్తూ, వలవల కన్నీరు కారుస్తూ అభినయించింది ఆమె అభినయాన్ని మాటల్లో వ్రాయడానికి గాని చెప్ప డానికి గాని వీలులేనంత ఉన్నత స్థాయిలో ఉంది

అరవై సంవత్సరాల వయస్సుకు పైబడిన ఒక వృద్ధ కళాకారిణి చిందు భాగ వత కళాకారులలో నేను ఉంది ఆమె ముఖం కళా సరస్వతిలాగ కళకళ లాడుతూ ఒక వింత తేజస్సుతో మెరిసిపోతూ ఉంటుంది. ఆమె నేత్రాలలో ఏదో ఒక దివ్య కాంతి గోచరిస్తూ ఉంటుంది ఆమె మనతో మాట్లాడుతూ ఉన్నా, ఏదో ఒక దేవతా మూర్తిని సంకర్షిస్తున్నట్టుగా, ఆ మూర్తియొక్క వరప్రసాదంగా ఆమె జన్మించి నట్టుగా ఉంటుంది ఆమె ఎవరో కాదు, చిందు భాగవతుల కళారత్నం, ఎల్లమ్మ, ఆమె రేణుకాదేవి వరప్రసాదమని నేను భావిస్తాను

ఆమె స్త్రీ, పురుష పాత్రలు రెండూ సమర్థవంతంగా పోషించగలదు సారంగ ధరలో చిత్రాంగి పాత్ర, చెంచులక్ష్మిలో నరసింహస్వామి పాత్ర వెంట వెంటనే పోషించగా చూసే భాగ్యం నాకు కలిగింది అరవై సంవత్సరాల వయస్సుగల ఆ వృద్ధురాలు పదహారు సంవత్సరాల చిత్రాంగిలా, "రావోయి సారంగధరా నామేనల్లుడా, నీవు రావోయి!" అని పాడుతూ సారంగధరుని కవ్విస్తూచేసిన ఆ అభినయం, ఆ కులుకు, ఆ హొయలు, ఆ ప్రణయం, ఆ సిగ్గు, ఆ లజ్జ, ఆ ప్రౌఢిమత, ఆ తెగింపు, ఆ వాక్చాతుర్యం, ఆ ధీమా, ఆ సౌందర్య ప్రదర్శన, వీటితో బాటు ఆ రాజఠీవి అత్యంత అద్భుతం ఆమెలోని ఆ వృద్ధాప్యం ఎటు పోయిందో.

చిందుల ఎల్లమ్మ మట్టిలో మాణిక్యం. చరిత్రలో మనం చదువుకొన్న ముద్దు చంద్ర రేఖ, శశిరేఖ, భాగీరథీ మొదలైన వారి కోవకు ఈమె చెందుతుందనుకొంటాను అయితే పై వారి గురించి కవులు వర్ణించారు. ఈమె హరిజన స్త్రీ గనుక కవులు ఈమెను మెచ్చుకొంటూ ఒక ఆటవెలది కూడా వ్రాయరు. అందుకే నేను ప్రత్యేకంగా ఈమె గురించి వ్రాస్తున్నాను.

నా రచనల్లో నే నెక్కడా తమ్మారపు వారి భాగవత కలాపం గురించి, కాకర్ల, మైనంపాటి వారి నర్తనం గురించి ఎక్కువగా ముచ్చటించలేదు ఇది కొంతమందికి వింతగాను, విడ్డూరంగాను తోచవచ్చు సుమారు ఇరవై సంవత్సరాల క్రిందట స్వర్గీయ కేసరిగారు గృహలక్ష్మి పత్రికలో వ్రాసుకొన్న తమ జీవిత చరిత్రలో తమ్మారపు వేంకటస్వామిగారి (అని జ్ఞాపకం) ఆయన కుమార్తెల కలాప భాగవత ఆట గురించి, ఆ వేడుకలు, సరదాల గురించి ముచ్చటించారు ఆలాగే కాకర్ల, మైనంపాటి వారి కళల గురించికూడా విన్నాను వీరిని గురించి పరిశోధించాలని గుంటూరు, ఒంగోలు ప్రాంతాలకు రెండు మూడు సార్లు వెళ్ళి పట్టుదలతో ప్రయత్నించాను ఎంతో ఉత్సాహంతో వెళ్ళి, నిరాశతో తిరిగి వచ్చాను బాపట్ల, పొన్నూరు, ఒంగోలు, చదలవాడ, నెల్లూరు, కడప మొదలైన ప్రాంతాలలో ఆ సంప్రదాయాన్ని ఎరిగిన వారున్నారని విని వెళ్లాను. కొందరు తెలియక చెప్పలేదు, కొందరు తెలిసికూడా చెప్పలేదు. పొన్నూరులో ఒకరింటికి వెళ్లాను. వారి పూర్వీకులు భరతశాస్త్రవేత్తలు. వారివద్ద ఒక ప్రాచీన భరత శాస్త్ర గ్రంథముందని విన్నాను. కాని వారు నాకు

నేటి ఆంధ్ర ప్రదేశ్ [illegible] ప్రాంతాలలో [illegible]
యక్షగానాలు, వీధినాటకాలు, వీధి భాగవతాలు వీటిని వివిధ సంచార నాట్యబృందాలు ప్రదర్శిస్తున్నారు. తెలంగాణా ప్రాంతంలో యక్షగానాలు, రాయలసీమలో వీధి నాటకాలు, కోస్తా జిల్లాలలో వీధి భాగవతాలు విరివిగా ప్రదర్శింపబడుతున్నాయి ఈ మూడు సంప్రదాయాలకు చెందిన సంగీత రచనలు సామాన్యులకు ఒకే విధంగా ఉన్నట్లు కన్పించవచ్చును వీటి మధ్యగల భేదాలను గుర్తించని పండితులు, కవులు ఈ మూడు ఒకటేనన్న భ్రమకు లోనై రచనలు సాగిస్తున్నారు ఈ మూడూ ఒకటి కావు రచనా విధానం వేరు, పాట పద్ధతివేరు, ఆట క్రమం వేరు కథను నడిపే తీరేవేరు ఈ నాట్య బృందాలవారి ఆటలను ఒకదాని తర్వాత ఒకదానిని పరి కిస్తే మనకు వీటిలో గల భేదాలు తేటతెల్లమౌతాయి ప్రత్యక్షంగా ఈ యాటలను చూడనిదే, వాటిని నిశితంగా పరిశీలించనిదే ఈ భేదాలు తెలియవు. ముందుగా మనం పరిశీలించవలసినది వారి వారి అడవు సాములు. ఏయే వారు యక్షగానాలలో ఎన్ని ఎన్ని అడుగులు వేస్తారు ? రాయలసీమ వీధినాటకాలవారు ఎన్ని అడుగులు వేస్తారు ? కోస్తా జిల్లాల వీధిభాగవతులు ఎన్ని అడుగులు వేస్తారు ? వీరు వేసేవి అడుగులా ? అడవులా ? వీటిలోని చారీ, రేచకాలు ఎలా ఉంటాయి ? వీటి విన్యాసం ఎలా ఉంటుంది ? దృష్టి, గ్రీవాది భేదాలు ఎలా ఉంటాయి ? గానం ఎలా ఉంటుంది? వాచకం ఎలా ఉంటుంది ? ఈ మూల శాస్త్ర విషయాలను మనం పరిశీలించవలసి యుంటుంది కొన్ని స్థానకాలు ప్రారంభంలో ఒక్కలాగే కనబడినా పోను, పోను వాటి క్రమంలోని మార్పులను మనం గ్రహించవచ్చును వీటినిబట్టే ఆట క్రమం, పాట బాణీ ఉంటాయి.

తున్నారు.

వీరిలో కొందరు వీటితోబాటు వినికిడి దరువులు, ప్రవేశ దరువులు, సంవాద దరువులు, అభినయ దరువులు మొదలైన ధ్రువాగానాంకు గూడా ప్రాధాన్యతను ఇస్తున్నారు. వీటి ల్ల వారి నాట్య బాణీలలోను, వాయిద్య పద్ధతిలోను తేడా కనబడు తుంది. దరువుప పూర్తిగా విన్యాసంచేసి, గాన ప్రాధా న్యంగా దరువు పాడడం తూర్పు తీర కళాకారుల పద్ధతి

రాయలసీమ నాట్య బృందాలలో నాటకీయత ఎక్కువగా గోచరిస్తుంది ముఖ్యంగా చిత్తూరు జిల్లాలోని కొత్తయిండ్లవారి వీధినాటకాంలో ఇది ప్రముఖంగా కన బడుతుంది వీరి పద్ధతిని మనం పరిశోధిస్తే మనం నాట్యబాణీ, సాధనక్రమం, పాడే విధం, ఆడే విధం, అభినయాలగురించి ఎన్నో విషయాలను తెలుసుకోవచ్చును వీరి దంతా ఒక ప్రత్యేక బాణీ. గత నాలుగువందల సంవత్సరాలుగా ఈ గ్రామంలోని పురుషులందరూ ఈ వీధినాటక కళను ఆరాధిస్తున్నారు వీరు ప్రత్యేకంగా మహా భారతంలోని పద్దెనిమిది పర్వాలను పద్దెనిమిది రాత్రులు నాటకీయంగా ప్రదర్శించడంలో ప్రసిద్ధిచెందారు. ఇటువంటి వీధినాటక కళాకారులు మన దేశంలో మరెక్కడా లేరు.

సాగరసీమలోని కళాకారులు కృష్ణకథలను ప్రదర్శించడంలో ఆసక్తిని ఎక్కు వగా కనబరుస్తున్నారు. అందుకే వీరి ఆటను భాగవతమని, వీరిని భాగవతులని అంటారు. ఈ కృష్ణకథల్లోగూడా ముఖ్యంగా శ్రీకృష్ణ సత్యల ప్రణయ కలహాన్ని

18

ఈ భాగవత నర్తకులు ఎంతటి సమర్థులో ఆ మేళాలలోని మార్దాంగికులుగూడా అంతటి సమర్థులే ఒక బృందంలోని భామవేషదారుడు వేరొక బృందంలోని మార్దాంగికుడితో పోటీపడి, ఆ మార్దాంగికుడు నడుముకు కట్టుకొన్న మద్దెలను విప్పించేసిన సంఘటనలు పూర్వముండేవి

భరతశాస్త్ర పండితు లుండిన ఏదైనా ఊర్లో రాత్రి భాగవత ప్రదర్శన జరిగితే ఆ మరుసటి ఉదయం ఆ యూరి పెద్దల యింటివద్ద పండితుల సమక్షంలో ఈ భాగవత కళాకారులు సమావేశమయ్యేవారు. ఆ పరిసర ప్రాంతాలలోని కళాకారులుగూడ ఆ సమావేశంలో పాల్గొని ఆ భామవేషదారునితోను, ఆ మార్దాంగికునితోను శాస్త్ర చర్చలు జరిపే వారు. వేరే బృందాలకు చెందినవారు కొన్ని పల్లవులు పాడి ఆ మార్దాంగికుని వాయించమనేవారు వేరబృందానికి చెందిన మార్దాంగికుడు ఆ బృందం వారు పాడగా వాయించేవాడు ఈ శాస్త్ర చర్చలవల్ల ఒకరిని ఒకరు అర్థంచేసికొనడానికి వీలుండేది అందరి ప్రదర్శన తీరు, నేటి భాగవతుల్లాగ ఎవరికి తోచినట్టు వారు ఆడకుండా, ఒకే విధంగా ఉండేది వీరిలో ఉత్తమ తరగతి కళాకారులెవరు ? మధ్య తరగతి వారు ఎవరు ? అని నిర్ణయించడానికి వీలు ఉండేది. ఈ సంప్రదాయం తూర్పు తీరంలో ఉండేది ఉత్తమోత్తములైన వారికి అందరి ఆదరణ విశేషంగా ఉండేది, గౌరవం లభించేది.

సత్యభామ పాత్రకు ఆంధ్రలో విశేషమైన గౌరవం, ఆదరణ ఉన్నాయి. ఈ పాత్రను ఆంధ్రలో అభినయించినంతగా, పోషించినంతగా, పెంపొందించినంతగా, ఆరాధించినంతగా మరి ఏ యితర ప్రాంత కళాకారులు చేయడంలేదు ఉత్తమ జాతి

19

[illegible] దానిని పవిత్రంగా ఆదరిస్తున్నారు, ఆరాధిస్తున్నారు. దీనిని కేవలం వినోదంగా వారు పరిగణించరు. దానిని ఒక క్రతువుగా వారు భావిస్తారు. కరువు కాటకాలు అక్కడ పడినప్పుడు, వర్షాభావం ఏర్పడినప్పుడు విరాటపర్వాన్ని ప్రదర్శిస్తే వారి కష్టాలు తీరుతాయని వారి నమ్మకం.

ఇంతవరకు ఆంధ్రప్రదేశ్‌లో మూడు ప్రాంతాల ప్రజానర్తనాల సంక్షిప్త చరిత్ర తెలుసుకొన్నాం. ఇంక ఈ మూడు ప్రక్రియలలోని పాత్రల ప్రవేశం, ఆట పాటల తీరులగురించి కొద్దిగా ముచ్చటిస్తాను.

ఈ కేళికలు సర్వసాధారణంగా నాలుగు వీధుల కూడలిలోను, లేక ఒక దేవాలయం సమీపంలో గల బయలు ప్రదేశంలోను పూర్వం జరుగుతూ ఉండేవి. ఒక్కొక్కప్పుడు [illegible] ఇంటి ఎదుట, పటేల్, పట్వారీల ఇండ్లవద్దను [illegible] జరిగేవి.

[illegible] గ్రామంలోకి వచ్చినట్టు ప్రచారం చేసికోవడానికి గాను [illegible] ఆ యూరిలోని రామమందిరం వద్దనో, అమ్మవారి గుడివద్దనో ఆ నాట్య[illegible] [illegible] ఉచితంగా చెప్పేవారు. ఈ మొదటి ప్రదర్శనకు ప్రసిద్ధములైన కథను ఎన్నుకొనేవారు. ఈ ఉచిత ప్రదర్శనలో ఆ చుట్టూ ప్రక్కల నుండి ప్రచారం జరిగేది. ఆ నాట్యమేళం వారి శక్తి సామర్థ్యాలు అందరికీ తెలిసి వచ్చేవి. దానివల్ల వారికి మరికొన్ని ప్రదర్శనలు [illegible] అవకాశం కలిగేది.

నాలుగు వీధుల కూడలిలో వీరు ఒక పందిర వేస్తారు. దానిని తాటాకులతోను, కొబ్బరి మట్టలతోను కప్పుతారు. ముందువైపు మామిడాకుల తోరణాలతోను, పూల దండలతోను అలంకరిస్తారు. అరటి చెట్లు దొరికితే ఇరు ప్రక్కలా వాటిని నిలబెడతారు. ఇప్పుడు విద్యుత్ దీపాలు వచ్చాయి కాని పూర్వం కాగడాలు, ఆముదం దీపాలు, గ్యాస్ లైట్లు పెట్టుకొని ఆడేవారు. ఇప్పుడు లౌడ్ స్పీకర్లు మైకులు వచ్చాయి గాని పూర్వం పై స్థాయిలోనే వీరు పాడేవారు. శీతాకాలంలో పాడినా వీరి కంఠాలు బొంగురు పోకుండా ఉండేటట్టు ప్రత్యేక సాధన చేసేవారు, తగిన శ్రద్ధ తీసికొనేవారు. వీరి ప్రదర్శనలకు వాయిద్యాలు పరిమితంగా ఉంటాయి. హార్మోనియం, తిత్తి లేక బూరా శ్రుతి, మృదంగం, కంచు తాళాలు వీటితోనే వాద్య సమ్మేళనం ఉండేది. కంచు కంఠాలు ఉన్నవారే పాడతారు.

రంగ స్థలానికి వెనుక ఒక రంగు వస్త్రాన్ని తెరగా కడతారు. ముందుతెర, ప్రక్కతెరలు కట్టరు. మన ఆధునిక నాట్య మేళాలవారు ప్రదర్శనలు రక్తి కట్టడానికి సన్నివేశానికి తగిన తెరలు, సెట్టింగులు అమర్చుకొంటారు. వివిధ రకాల [illegible] వాయిద్యాలను సహకారంగా పెట్టుకొంటారు. వీరికి ఇవేవి అక్కరలేదు. [illegible] ప్రదర్శనల వాతావరణాన్ని ద్విపదల, రగడల గానంతోనే సృష్టించ[illegible] [illegible] నయంతో ఆ యా ఘట్టాలను ఒప్పించి, మెప్పించగలరు. ఆ పాటలతో [illegible], రాగాలాపన, తాళజతి కట్టుబాట్లు, వీటికి తగిన ఆంగికం మొదలైన వాటి[illegible] ఆ యా సన్నివేశాలను వీరు రక్తి కట్టించగలరు. ఈ సాంకేతిక పరిజ్ఞానం [illegible] మెండుగా ఉంది.

అంటారు. ఈ విరికిడి దరువువల్ల ఆ పాత్ర పరిచయం జరుగుతుంది పాత్రధారుడు ఆసలు ఆటకు ఉషారు అవుతాడు

తెర తొలగగానే మార్దాంగికుడు ముక్తాయి వాయించి, కొనుగోలు పలికిస్తాడు అందుకు తగినట్లుగా పాత్రధారుడు ఆడి, ఆ తర్వాత ప్రవేశ దరువు ఆడతాడు. దీనిలో తా నెవరో ప్రేక్షకులకు ఆతడు తెలియజేస్తాడు. ఆ దరువులోని ప్రతి చరణానికి ధ్రువాలను అతడు ఆడతాడు ఆ తర్వాత నిష్క్రమణ జతిని, తీరికను ఆడి ముగిస్తాడు ఈ ప్రదర్శనలలో ప్రేక్షకులకు ప్రమేయం కలుగుతుంది దీనిని ప్రమేయ సిద్ధాంతం అనవచ్చును ఈ సిద్ధాంతం మనకు కొన్ని శతాబ్దాలుగా ఉంది ఈ సిద్ధాంతాన్ని ఈ మధ్యనే పాశ్చాత్య నాటకరంగం ప్రవేశపెట్టినట్లు కొంతమంది పెద్దలు చెప్పగా విన్నాను

ఈ విధంగా ప్రతిపాత్ర ప్రథమప్రవేశంలో పాడి, ఆడి, తనను ప్రేక్షకులకు పరిచయంచేసికొనడం జరుగుతుంది

సన్నివేశాన్నిబట్టి ఇద్దరు పాత్రధారులు ఒక ఘట్టాన్ని అభినయించి, ప్రదర్శించ వలసి వచ్చినప్పుడు, వారు సంవాద దరువులద్వారా, పాత్రోచిత ఛందస్సులలో, వివిధ రాగాలలో వాటిని పాడి, ఆడి, అభినయిస్తారు

ఉదాహరణకు సైరంధ్రీ కీచకుల ఘట్టాన్ని తీసికొందాం కీచకుడు సైరంధ్రిని చూసినప్పుడు కలిగే ఉధృతానికి, ఆ వేగానికి తగిన ఛందస్సులో అతని పాట

మనోభావాలను, తన చెలియలకు, చెలికత్తెలకు చెప్పుకోవలసి వచ్చినప్పుడు వివిధ ఛందోగీతాలలోను, కందాలు, కందార్థలలోను, సీసాలు, సీసార్థాలలోను చెప్పు కొంటుంది.

ఉదాహరణకు ఉషాపరిణయం నాటకాన్ని తీసికొందాం. ఉషాకన్య ప్రవేశించ గానే తాను ఎవరో, తన వంశ మెట్టిదో, తన తల్లిదండ్రు లెవరో తెలియజేస్తూ ప్రవేశ దరువు ఆడుతుంది. ఆమె తన చెలికత్తెలతో ప్రవేశించి, వన విహారం చేస్తుంది వారితో బంతులాడుతుంది, కోలాటం ఆడుతుంది, దశావతారాలు ప్రదర్శిస్తుంది, తలమీద చెంబు పెట్టుకొని పళ్లెంమీద ఆడుతుంది, ఇలా తాను పార్వతీదేవి వద్ద నేర్చు కొన్న నృత్యకళనంతా ప్రదర్శిస్తుంది. ఆ తర్వాత - ధ్రువాలు నాడి తీర్మానాలను ప్రదర్శిస్తుంది. తాను ఆడడమే కాదు, తన చెలికత్తెల చేత కూడా ఆడిస్తుంది. ఈ నాటకంలో ఉషది ప్రముఖమైన పాత్రగనుక ఆ పాత్రధారుడు తన పాండిత్యాన్నంత టిని ప్రదర్శిస్తాడు. ఉష పార్వతీదేవి శిష్యురాలు గనుక ఆటా పాటా ఆమెకు అధికంగా ఉంటాయి.

ఉష ముగ్ధనాయిక. ఆమె ఒకనాటి రాత్రి కలలో ఒక రాకుమారుణ్ణి చూసింది అతని అందచందాలు, నూనూగు మీసాల సొగసు, కలలు కనే కండ్లు, విశాలమైన వక్షస్థలం, అతని యవ్వనపు బింకం ఆమెను పూర్తిగా ఆకర్షించాయి. ఇంతలో మన్మథుడు తన చెరుకు వింటిని సంధించి ఆమెపైని పూల బాణాలను కురిపించాడు. ఆమె ఆ రాకుమారుని ప్రేమలో పడిపోయింది. ఇవన్నీ వెంట వెంటనే జరిగాని

చిత్రరేఖ ఉషను బలవంతంచేయగా, ఉష తన కలలోని వృత్తాంతాన్ని పాటగా పాడుతూ అభినయిస్తుంది. ఈ మూడవ ఘట్టంలో అనేక రకాలైన పాటలు, పద్యాలు, రగడలు ఉంటాయి రక్తిరాగాలలో వీటిని వారు పాడతారు మూడవ ఘట్టం అతి ముచ్చటైన ఘట్టం

చిత్రరేఖ సందిగ్దంలో పడిపోయింది. ఆ రాకుమారుణ్ణి ఉష కలలోచూసింది. అతని అందానికి మురిసిపోయింది, పొంగిపోయింది, అతని ప్రేమించింది, ప్రణయ విహారంలో పడింది. ఏమిటో ! ఏమిటో ! ఇదంతా ఏమిటో ! ప్రేమంటే ఏమిటో పూర్తిగా తెలియని ఈ చిన్నారి ఆ స్వప్నపురుషుని వలలో పడిపోయింది ఇంతకూ ఆ అందగాడెవడు ? రాకుమారుడేనా ? ఏ రాజు కుమారుడు ? అతని పేరేమిటి ? అతని రాజ్యమేది ? ఉష అడగలేదు ఆ స్వప్న పురుషుడు చెప్పలేదు. అడగడానికి ఉషకు సిగ్గేసిందేమో ! ఆ యాలోచనే రాలేదేమో ! ఆ పసిదానికి అంత ఆలోచన ఎక్కడుంటుంది? అసలు ఇటువంటి అనుభవం ఇదివరకు ఉంటేగదా ?

చిత్రరేఖ చిక్కులో పడింది. ఈ చిక్కు ముడిని ఎలా విప్పాలన్న ఆలోచనలో పడింది ఇది నాల్గవ ఘట్టం

అయిదవ ఘట్టంలో చిత్రరేఖ ఆలోచించి, ఆలోచించి ఒక నిర్ణయానికి వస్తుంది. తన పేరే చిత్రరేఖ తానొక చిత్రకారిణి కనుక తన కళానైపుణ్యాన్ని పూర్తిగా

లకు హత్తుకుంటుంది. తెలిసీ తెలియని ముగ్ధ వలె ప్రేమ చేష్టల నెన్నింటినో ఉష ప్రదర్శిస్తుంది. ఇది ఆరవ ఘట్టం.

ఇంత వరకూ కథ సాఫీగా, సానుకూలంగా నడుస్తుంది. ముందుంది ముసళ్ళ పండగ అన్నట్టుంటుంది ముందు కథ.

ఉష బాణాసురుని కుమార్తె. అనిరుద్ధుడు ప్రద్యుమ్నుని కుమారుడు, శ్రీకృష్ణుని మనుమడు. శ్రీకృష్ణునికి బాణాసురునికి వైరముంది. మరి ఉషా అనిరుద్ధుల పెళ్లి ఎలా సాధ్యమవుతుంది? బాణాసురునికి తెలిస్తే ఇంకేమైనా ఉందా? రుక్మిణీ కృష్ణుల వివాహానికి ఇటువంటి సమస్యే వచ్చింది. ఆ రుక్మిణీదేవి మళ్ళీ పుట్టింటి ముఖం చూసిందో లేదో! ఒక వేళ రుక్మిణి పుట్టింటికి రావడానికి ఆమె తల్లిదండ్రులు అంగీకరించినా ఆమె అన్న రానిస్తాడా? సుభద్రా అర్జునుల వివాహానికి గూడా ఇలాంటి గొడవే జరిగింది. శశిరేఖా పరిణయానికీ ఇదే గొడవ! ఇప్పుడు ఉషా అనిరుద్ధుల వివాహానికి ఇదే సమస్య ఎదురు కానుంది. నేటి కాలంలో ఇలాంటి గొడవలెన్నో రోజూ తల ఎత్తుతున్నాయి.

చిత్రరేఖ ఈ సమస్యను ఎలా విడదీయాలా అని ఆలోచిస్తూ కూర్చుంటుంది. ఇది ఏడవ ఘట్టం.

"చిత్రా! ఇంకా ఆలోచిస్తూనే ఉన్నావా? నీ వలా ఆలోచిస్తూ కూర్చుంటే నే తాళజాలనే! నే జీవించలేనే! ఆ చెరుకు విలుకాడు బాణాలు వేస్తున్నాడే! నేను ఉరిపోసుకొని చచ్చిపోతానే! విషం తేవే తాగి చచ్చిపోతాను. కదలవేమే? ఈ తాపం నేను

[illegible]

ధూషిస్తుంది, వలవల ఏడుస్తుంది, తనకో దారి చూపించమని చిత్రరేఖను ప్రతిమాలుతూ, ఆమె కాళ్ల పట్టుకొనే స్థితికి వస్తుంది ఇది ఎనిమిదవ ఘట్టం

చిత్రరేఖ అనుభవజ్ఞురాలైన ప్రౌఢ. ఆమె కేదో చక్కని ఆలోచన తట్టింది, ముసిముసిగా నవ్వి చెలి కన్నీరు తుడిచింది ఆమె చెవిలో ఏదో చెప్పింది చీకటి పడే వరకు ఓపిక పట్టమంది. "ఆ పిచ్చి పిల్లవాడు నిన్నొదలి ఎక్కడికి పోతాడు? ఈ రాత్రికి అతడు నీ మందిరంలో ఉంటాడు చూడు నీవు అతనితో చక్కగా ఆడుకొందువు గాని" అంటూ అభయమిచ్చింది. ఉష ఆనందంతో గెంతులేసింది

ఆ సాయంత్రం ఆమె పన్నీటితో జలకమాడింది చలువ వలువలు ధరించి, పునుగు, జవ్వాది అత్తరువులను పూసుకొంది చక్కగా ముస్తాబై, కడుపు నిండా విందారగించింది, తన శయ్యాగారాన్ని చక్కగా అలంకరించమని చేటియలకు ఆదేశాలిచ్చింది పాన్పుపై మల్లెపూవులను జల్లమంది. అగరు, చందన, పునుగు, జవ్వాది, కస్తూరి సుగంధ లేపనాలను శయ్యాగారంలో ఉంచమంది పూర్ణ విడెములు కట్టి, పెట్టమంది ఇలా అందరికీ అన్నీ చెప్పి, ఎగిరి గెంతేసి, చిత్రరేఖను కౌగిలిలో చుట్టేసి, పాడేసి, రంగస్థలమంతా తిరుగుతూ ఆడేసింది ఇది తొమ్మిదవ ఘట్టం

కాలం ఆగదుగా! రాత్రయింది. ద్వారకలోని అనిరుద్ధుని మంచం తెచ్చి, ఉష పడకటింటికి చిత్రలేఖ చేర్చింది. ఇంక తన పని అయిపోయిందన్నట్టు, ఇంక నీపని చూసుకో అన్నట్టు, ఉష బుగ్గపైని చిటికవేసి, చిత్రరేఖ నిష్క్రమించింది, వారిమధ్య

జయం పొందిన తంత్రిగా చిత్రీకరింప బడతాడు. అతని పౌరుషం ఆనాటితో సరి.

నా చిన్నతనంలో ఒక పెద్ద మనిషిని చూశాను, బుగ్గ మీసాలకు సంపెంగ నూనె రాసి, వాటిమీద నిమ్మకాయలు నిలబెట్టేవాడు "నా దర్జా చూడండి, నా మగసిరి తిలకించండి" అంటున్నట్టుగా ఎడం చేత్తో కుడి మీసం మెలివేసేవాడు ఈ మగపురుడికి ఒక అంచాల భరిణి, గారాలపట్టి ఒక కూతురుండేది, ఆమెకు యుక్తవయస్సు రాగానే తన హోదాకు తగిన సంబంధం చూసి, నిశ్చయించాడు ఆకాశమంత పందిరి భూమండలమంత పీటా వేసి పెళ్ళి సన్నాహాలు చేశాడు. మగ పెండ్లివారు వచ్చారు తోటలో దిగారు ఎదుర్కోలు జరిగించ తెల్లవారితే పెళ్ళి, పెళ్ళి కూతురు మాయమయింది తనకు నచ్చిన వానిని పెండ్లి జేసుకుంది

రసపుత్ర వీరుని మీసాల్లా ఉండే అతని మీసాలు చైనావారి మీసాల్లా వాలిపోయాయి. "బాబాయి గారూ! ఏమిటి మీ ముఖం చిన్న బోయింది?" అని ఎవరైనా అడిగితే, "నా కూతురు చేసిన, ఘనకార్య ఫలితం!" అనేవాడు ఏడవలేక నవ్వుతూ ఇలా తయారయింది బాణాసురుని పరిస్థితి

ఈ ప్రజా వర్తన కళ అద్భుతమైనది గనుకనే శ్రీనాథుడంతటి కవిసార్వభౌముడు జక్కుల పురంధ్రిని ప్రత్యేకంగా ఒక సీస పద్యంలో వర్ణించాడు

* * * * *

గట్టిగ మా కది తెలుపరయా ॥

వేద శాస్త్రములు చదువుతు పూరికె
వాదుల నెందుకు వదలరయా
వేదాంతంబై వెలుగుచు తానై
వెలిగెడి మర్మము తెలియరయా ॥

అగ్రకులంబని అంటిరయా మీ
రగ్రసృష్టిని కన్నరచరయా
నిగ్రహించి ఆధ్యాత్మికతా సన్మార్గమె
శీఘ్రము తెల్పరయా॥

కాలము చెప్పుట కర్మము తీర్చుట
ఘనులమంటిరే తీరుదయా
కాలమకాలమ దెంటిని తెలుసుకు
శీలముగా దయ చేయరయా

12 నటరాజ నృత్య నికేతనం, ద్రోణాచలం
13 నటరాజ రామకృష్ణ నృత్య నికేతనం, గద్వాల
14 నృత్య నికేతనం, హైదరాబాదు
15 నృత్యాంజలి, హైదరాబాదు
16 నటరాజ నికేతన్, హైదరాబాదు
17 పేరిణి ఆర్ట్సు అకాడమీ, హైదరాబాదు
18 నటరాజ నృత్య నికేతనం, సంగారెడ్డి
19 శ్రీ నటరాజ రామకృష్ణ నృత్య నికేతనం, సిద్ధిపేట
20 నటరాజ నృత్య నికేతనం, సిరిసిల్ల
21 కళా భారతి, నిజామాబాదు
22 కళా భారతి, బోధన్
23 కళా భారతి, కిసాన్ నగర్
24 కళా భారతి, ఆర్మూర్
25 శ్రీ రాజరాజేశ్వరీ నృత్య నికేతనం. వేములవాడ
26 ఊర్వశీ కళా స్రవంతి, కరీంనగర్
27 నటరాజ నృత్య నికేతనం, గోదావరిఖని
28 కోలమ్ స్కూలు, ఉట్నూరు, తాండూరు
29 పేరిణి ఇంటర్ నేషనల్, హైదరాబాదు

9 ఆంధ్ర నాట్యం — ప్రజా నర్తనాలు

11 ఆంధ్ర నాట్యం — భరత నాట్యం

ప్రచురణ : పేరిణీ ఇంటర్ నేషనల్

ప్రతులకు : విశాలాంధ్ర పబ్లిషింగ్ హౌస్
బ్యాంక్ స్ట్రీట్, హైదరాబాదు-500 001

ఒక్కొక్కటి : రూ॥ **5/-**

రానున్న గ్రంథాలు

ఆంధ్ర నాట్యం — పరిశోధన పరిచయం

భరత శాస్త్రం — ప్రశ్నలు, సమాధానాలు

www.ingramcontent.com/pod-product-compliance
Lightning Source LLC
LaVergne TN
LVHW021428240825
819400LV00048B/1077
* 9 7 8 1 0 2 1 4 3 8 6 8 3 *